AF189747

Impressum
Verlag: BABADADA GmbH, Nedderfeld 112 , 22529 Hamburg
Geschäftsführer / Verlagsleitung: Harald Hof
Druck: Books on Demand GmbH, In de Tarpen 42, 22848 Norderstedt

Imprint
Publisher: BABADADA GmbH, Nedderfeld 112 , 22529 Hamburg, Germany
Managing Director / Publishing direction: Harald Hof
Print: Books on Demand GmbH, In de Tarpen 42, 22848 Norderstedt, Germany

ትምህርት ቤት
ቤት-ትምህርቲ

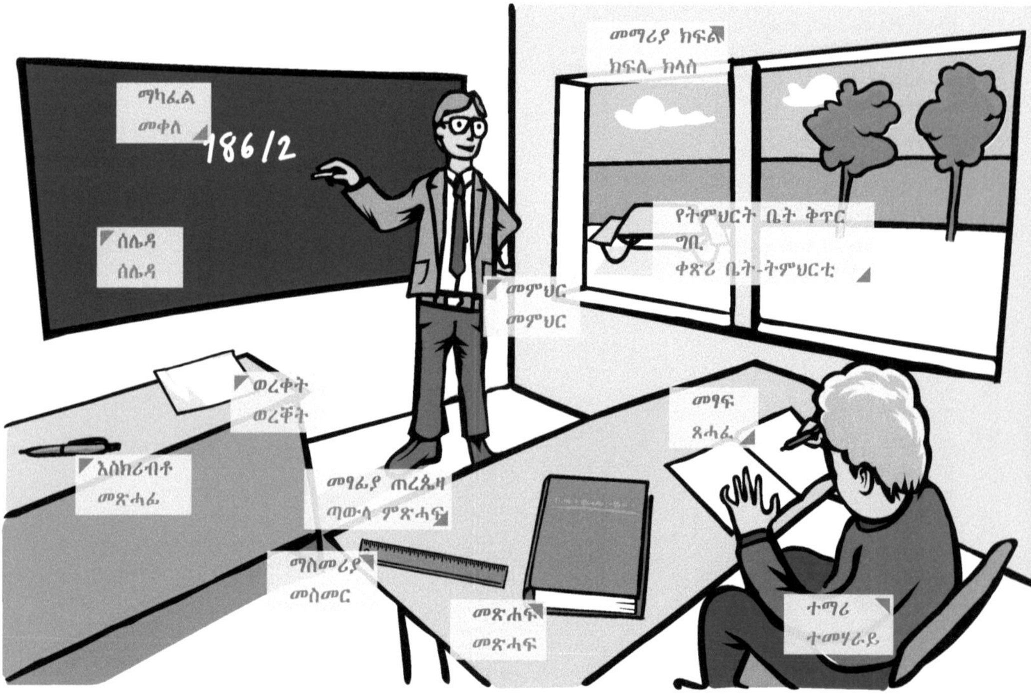

መማሪያ ክፍል
ክፍሊ ክላስ
ማካፈል
መቀለ
186/2
የትምህርት ቤት ቅጥር ግቢ
ቀጽሪ ቤት-ትምህርቲ
ሰሌዳ
ሰሌዳ
መምህር
መምህር
ወረቀት
ወረቐት
መፃፍ
ጸሓፈ
እስክሪብቶ
መጽሓፊ
መፃፊያ ጠረጴዛ
ጣውላ ምጽሓፍ
ማስመሪያ
መስመር
መጽሐፍ
መጽሓፍ
ተማሪ
ተመሃራይ

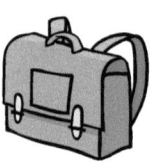

የጀርባ ቦርሳ

ሳንጣ ትምህርቲ

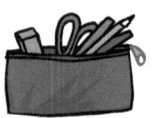

የእርሳስ መያዣ

ሰፈር ብርዒ

እርሳስ

ርሳስ

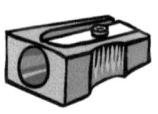

የእርሳስ መቅረጫ

መብልሒ ርሳስ

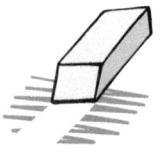

ላጲስ

መደምሰሲ

የስዕል ደብተር

ጥራዝ ስእሊ

ስዕል

ስእሊ

የቀለም ብሩሽ

ብርዒ ቀለም

የቀለም ሳጥን

ቦክስ ቀለም

መቀስ

መቐስ

ማጣበቂያ

መጣበቒ

መልመጃ ደብተር

ጥራዝ መላመዲ

የቤት ስራ

ዕዮ ገዛ

ቁጥር

ቁጽሪ

መደመር

ወሰኽ

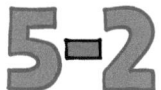

መቀነስ

ጎደለ

ማባዛት

ረብሓ

ቁጥሮችን ማስላት

ደመረ

ደብዳቤ

ፊደል

ፊደላት

ስርዓት ፊደላት

ቃል

ቃል

ፅሑፍ

ጽሑፍ

ማንበብ

ኣንበበ

ጠመኔ

ኲርሽ

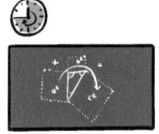

ትምህርት

ሰዓት

ምዝገባ

መዝገብ ክላስ

ፈተና

መርመራ

ሰርተፊኬት

ሰርቲፊከት

የትምህርት ቤት የደንብ ልብስ

ድቢዛ ቤትትምህርቲ

ትምህርት

ትምህርቲ

አዉደ ጥበብ

ለክሲኮን

ዩኒቨርስቲ

ዩኒቨርሲቲ

የምርምር አጉሊ መሳርያ

ሚክሮስኮፕ

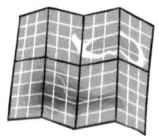

ካርታ

ካርታ

የቆሻሻ ወረቀት መጣያ ቅርጫት

ጎሓፍ ወረቐት

ሆቴል
Grand
ማረፊያ ቤት
ሆስተል
ROOMS
የዉጭ ገንዘብ ምንዛሪ
ቢሮ
ቦታ ቅያር ገንዘብ
CHANGE
ልብስ መያዣ
ሻንጣ
ባሊጃ
መኪና
መኪና

ቋንቋ

ቋንቋ

አዎ/ አይደለም

እወ / ኖ

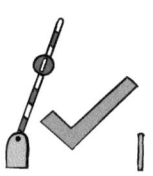

እሺ

ሕራይ

ሰላም

ሰላም

አስተርጓሚ

ኣስተርጓሚ

አመሰግናለሁ

የቐንየለይ

ስንት ነዉ.......?

. . . ክንደይ ዋግኡ?

አልገባኝም

ኣይተረድኣኹን

እክል

ሽግር

እንደምን አመሹ!

ሰላም ምሸት!

እንደምን አደሩ!

ከመይ ሓዲርካ

መልካም ምሽት!

ሰላም ለይቲ

ደህና ይሰንብቱ

ደሓን ኩን

አቅጣጫ

ኣንፈት

ሻንጣ

ጐዓዝ

ቦርሳ

ሳንጣ

የጀርባ ቦርሳ

ሳንጣ ሕቖ

እንግዳ

ጋሻ

ክፍል

ክፍሊ

የመተኛ ቦርሳ

ክሻ መደቀሲ

ድንኳን

ቴንዳ

የጎብኚዎች መረጃ

ሓበሬታ በጻሕቲ ሃገር

የባህር ዳርቻ

ገምገም ባሕሪ

ክሬዲት ካርድ

ክረዲት ካርድ

ቁርስ

ቁርሲ

ምሳ

ምሳሕ

እራት

ድራር

ቲኬት

ቲከት

አሳንሰር

ሊፍት

ማህተም

ማሕተም ደብዳበ

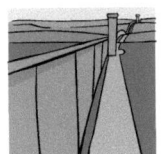

ድንበር

ዶብ

ባህሎች

ድጓና

ኤምባሲ

ኣምበሲ

ቪዛ/የይለፍ ወረቀት

ቪዛ

ፓስፖርት

ፓስፖርት

መጓጓዣ

መጓዓዝያ

አዉሮፕላን
ነፋሪት

መርከብ
መርከብ

የእሳት አደጋ
መኪና
መኪና መጥፍኢ
ሓዊ

አዉቶቡስ
አዉቶቡስ

የጭነት መኪና
ናይ ጽዕነት መኪና

የሞተር ጀልባ
ጀልባ ሞተር

መኪና
መኪና

ብስክሌት
ብሽግለታ

የማመላለሻ ጀልባ

ፈሪ

ጀልባ

ጀልባ

የሞተር ብስክሌት

ሞቶ

የፖሊስ መኪና

መኪና ፖሊስ

የዉድድር መኪና

መኪና ቅድድም

የኪራይ መኪና

ክራይ መኪና

8

መጓጓዣ - መጓዓዝያ

የመኪና መጋራት

....

ምውፋይ መካይን

ጎታች መኪና

....

መወሰዲ መኪና

የቆሻሻ ጭነት መኪና

....

መኪና ጎሓፍ

ሞተር

....

ሞቶር

ነዳጅ

....

ነዳዲ

የቤንዚን ማደያ

....

እንዳ ነዳዲ

የመንገድ ምልክት

....

ምልክት ትራፊክ

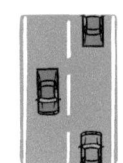

የመኪኖች እንቅስቃሴ

....

ትራፊክ

የመኪና መጨናነቅ

....

ምጭቕጫቕ ትራፊክ

የመኪና ማቆሚያ

....

መዕሸጊ መኪና

የባቡር ጣቢያ

....

መዕረፊ ባቡር

የባቡር ሀዲዶች

....

ሓዲግ

ባቡር

....

ባቡር

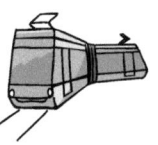

የኤሌክትሪክ ባቡር

....

ትረም

ሰረገላ

....

ባጎኒ

ሄሊኮፕተር

ሄሊኮፕተር

አየር ማረፊያ

መዓረፎ ነፈርቲ

ማማ

ታወር

መንገደኛ

ተጎዓዚ

ማስቀመጫ፤ ማጠራቀሚያ

ኮንተይነር

ካርቶን እቃ ማሸጊያ

ሳንዱቕ ካርቶን

ጋሪ፤ ተሳቢ

ኮርሳ ጽዕነት

ቅርጫት

ዘንቢል

መነሳት/ ማረፍ

ተበገሰ / ዓለበ

ከተማ

ከተማ

መንደር

ቍሸት

የከተማ ማዕከል

ማእከል ከተማ

ቤት

ገዛ

ጎጆ

አጕዶ

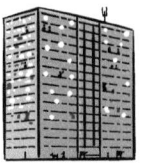

አፓርታማ

ኣፓርትመንት

የባቡር ጣቢያ

መዕረፊ ባቡር

የከተማ አዳራሽ

ቤት ምምሕዳር

ቤተ መዘክር

ቤተ መዘክር

ትምህርት ቤት

ቤት-ትምህርቲ

ዩኒቨርስቲ

ዩኒቨርሲቲ

ባንክ

ባንክ

ሆስፒታል

ሆስፒታል

ሆቴል

መቐበሊ ኣጋይሽ

መድሐኒት ቤት

ቤት መድሃኒት

ቢሮ

ቤት ጽሕፈት

መፅሐፍ መሸጫ

ዱኳን መጽሓፍቲ

ሱቅ

ዱኳን

የአበባ መሸጫ

ዱኳን ዕንባባ

የሸቀጣ ሸቀጥ መደብር

ሱፐርማርክት

ገበያ ስፍራ

ዕዳጋ

መደብር

ሹቕ

የዓሳ ነጋዴ

ነጋዳይ ዓሳ

የገበያ ማዕከል

ሹቕ

ወደብ

መርሳ

መናፈሻ ቦታ

መዘናግዒ

አግዳሚ ወንበር

ባንኪ

ድልድይ

ድልድል

ደረጃዎች

መደያይቦ

ዉስጥ ለዉስጥ

ባቡር ትሕቲ ምድሪ

ዋሻ

ቢንቶ

የአዉቶቡስ ፌርማታ

መዕረፊ ኣውቶቡስ

ባር

ቤት መስተ

ምግብ ቤት

ቤት-መግቢ

የፖስታ ሳጥን

ሰታሪት

የመንገድ ምልክት

ታቤላ

የመኪና ማቆሚያ ሒሳብ የሚያሰላ ማሽን

ሰዓት ፓርኪንግ

የደር እንስሳት ማቆያ

መካነ እንስሳታት

የመዋኛ ገንዳ

መሓምበሲ

መስጊድ

መስጊድ

እርሻ

ቤት ሕርሻ

የሚበክል ነገር

ብከላ

መቃብር ስፍራ

መቓበር

ቤተ ክርስቲያን

ቤተክርስትያን

መጫወቻ ሜዳ

ቦታ ምጽዋት

ቤተ መቅደስ

ቤት መቕደስ

መልከዓምድር

ስእሊ መሬት

ቅጠል
የመንገድ ላይ ምልክት
መሕበሪ መገዲ
መንገድ
መገዲ
አረንጓዴ መስክ
ድንጋይ
እምኒ
ዛፍ
በእግሩ የሚጓዝ
ኮብላሊ
ወንዝ
ፈለግ
ሳር
አበባ
ዕንባባ

ሸለቆ

ስንጭሮ

ኮረብታ

ጎቦ

ሀይቅ

ቀላይ

ጫካ

ዱር

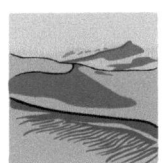

በረሃ

ምድረ በዳ

እሳተ ገሞራ

እሳተ-ጎመራ

ግምብ

ግምቢ

ቀስተ ዳመና

ቀስተ-ደመና

እንጉዳይ

ቃንጥሻ

የቴምብር ዛፍ/ ዘንባባ

ዓርኮብኮባይ

ቢንቢ/ የወባ ትንኝ

ጣንጡ

በራሪ

ሃመማ

ጉንዳን

ጻጸ

ንብ

ንህቢ

ሸረሪት

ሳሬት

ጢንዚዛ

....

ሕንዚዝ

እንቁራሪት

....

ዕንቅርዖብ

ሽኮኮ

....

ምጽጹላይ

ጃርት

....

ቅንፍዝ

ጥንቸል

....

ማንቲለ

ጉጉት ወፍ

....

ጉንጓ

ወፍ

....

ጭሩ

የዉሃ ዳክዬ

....

ስዋን

ከርከሮ

....

መፍለስ

አጋዘን

....

ዓጋዘን

አጋዘን

....

ሙስ

ግድብ

....

ግድብ

በነፋስ የሚሽከረከር

....

ተርባይን ንፋስ

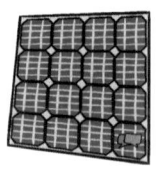

የፀሀይ ፓኔሎ

....

ሶላር ስርሓት

አየር ንብረት

....

ኩነታት ኣየር

ምግብ ቤት

ቤት-መግቢ

አስተናጋጅ
ማዉጫ
ካርታ
መግብታት
ወንበር
መንበር
ሾርባ
መረቕ
ፒዛ
ፒትሳ
መክተፊያ
መመታተሪ
የጠረጴዛ ጨርቅ
ክዳን ጣውላ

የምግብ ፍላጎትን የሚከፍት ምግብ

ቅድመ ቀንዲ መግቢ

ዋና ምግብ

ቀንዲ መኣዲ

ማጣጣሚያ ተከታይ ምግብ

ድሕረ መግቢ

መጠጦች

መስተ

ምግብ

መግቢ

ጠርሙስ

ጥርሙዝ

ፈጣን ምግብ

ስሉጥ መግቢ

የመንገድ ምግብ

መግቢ ጽርግያ

የሻይ ማንቆርቆሪያ

ብርጭቆ ሻሂ

የስኳር እቃ

ታኒካ ሽኮር

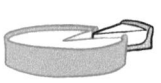

ድርሻ

ክፋል

የቡና ማፊያ ማሽን

ማሺን ኤስፕረሶ

ባለጌ ወንበር

ነዊሕ መንበር

የክፍያ ደረሰኝ

ጸብጻብ

ትሪ

ታብለት

ቢላዋ

ካራ

ሹካ

ፋርከታ

ማንኪያ

ማንካ

የሻይ ማንኪያ

ማንካ ሻሂ

ልብስ ምግብ እንዳይነካ የሚረዳ ጨርቅ

ሰርቭየተ

ብርጭቆ

ብኬሪ

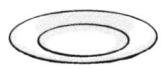

ዝርግ ሰሀን

ሽሓኒ

የሾርባ ጎድጓዳ ሰሀን

ሽሓኒ መረቕ

የስኒ ማስቀመጫ

ትሕቲ ኩባያ

ማጣፈጫ ስጎ

ጸብሒ

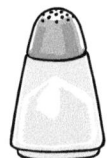

የጨዉ እቃ

ወሃቢ ጨው

የተፈጨ ቃሪያ

መጥሓን በርበረ

ኮምጣጤ

ኣቾቶ

የምግብ ዘይት

ዘይቲ

ቀመማ ቅመሞች

ቀመም

የቲማቲም ድልህ

ከቿፕ

ሰናፍጭ

ኣድሪ

ማዮኒዝ

ማዮኒዝ

የሸቀጣ ሸቀጥ መደብር

ሱፐርማርክት

ወፈያ
FOR
ደምበኛ
ዓሚል
የወተት ተዋፅዖ
ፍርያታት ጸባ
ባለ ጎማ የእጅ ጋሪ
ሰረገላ ዱኳን
ፍራፍሬ

ሉካንዳ ነጋዴ

እንዳ ስጋ

መጋገርያ

እንዳ ባኒ

ክብደት መመዘን

ክብደት

ቅጠላ ቅጠል አትክልት

ኣሕምልቲ

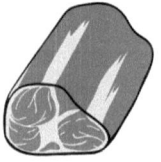

ስጋ

ስጋ

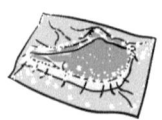

የቀዘቀዘ/የረጋ ምግብ

መግቢ ፍሪጅ በረድ

ቀዝቃዛ ቁራጭ

....

ዝሑል ቅሩብ መግቢ

የታሸገ ምግብ

....

እስቃጥላ

የማጠቢያ ዱቄት

....

ኦሞ

ጣፋጮች

....

ምቁር መግቢ

የቤት ዉስጥ ዉጤቶች

....

ዘቤታውያን ኣቕሑ

የፅዳት ምርቶች

....

ናውቲ መጸረዩ

የሽያጭ ባለሙያ

....

ሽቃጣይ

የገንዘብ መመዝቢያ ማሽን

....

ካሳ

የሒሳብ ሰራተኛ

....

ተሓዝ ገንዘብ

የግዢ ዝርዝር

....

ዝርዝር ምግዛእ

ክፍት ሰዓታት

....

ክፉት ሰዓታት

የኪስ ቦርሳ

....

ማሕፉዳ

ክሬዲት ካርድ

....

ክረዲት ካርድ

ቦርሳ

....

ሳንጣ

የፕላስቲክ ቦርሳ

....

ፌስታል

መጠጦች

መስተ

ዉሃ

ማይ

ጭማቂ

ጽማቑ

ወተት

ጸባ

ኮካ-ኮላ

ኮላ

ወይን

ነቢት

ቢራ

ቢራ

አልኮል

አልኮል

ኮካ

ካካው

ሻይ

ሻሂ

ቡና

ቡን

የተፈላ ቡና

ኤስፕረሶ

ካፕቺኖ

ካፑቺኖ

ሙዝ

ባናና

ፖም

ቱፋሕ

ብርቱካን

ኣራንሺ

ሀብሀብ

ብርጭቕ

ሎሚ

ለሚን

ካሮት

ካሮት

ነጭ ሽንኩርት

ጻዕዳ ሽጉርቲ

ሽምበቆ

ባምቡስ

ቀይ ሽንኩርት

ሽጉርቲ

እንጉዳይ

ቅንጥሻ

ለዉዝ

ፉል

የህፃናት ምግብ

ፓስታ

ፓስታ

ስፓገቲ

ሩዝ

ሩዝ

ሰላጣ

ሰላጣ

የድንች ጥብስ

ቅልዋ ድንሽ

ድንች ጥብስ

ቅሉው ድንሽ

ፒዛ

ፒትሳ

ዳቦ ዉስጥ በስሱ ተጠብሶ የገባ ስጋ

ሃምቡርገር

ሳንድዊች

ፓኒኖ

ጥሬ ስጋ

ቢስተካ

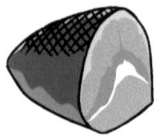

የአሳማ ስጋ

ሰለፍ ሓሰማ

በቅመምና በጨዉ የታሸ ምግብ ቀዝቅዞ የሚበላ ሾርባ ምግብ

ሳላሚ

ቋሊማ

ግዕዝም

ዶሮ

ደርሆ

ጥብስ

ቀለወ

አሳ

ዓሳ

የአጃ ገንፎ

....

ገዓት

ከወተት ጋር ተደባልቀዉ የሚበሉ "ምግቦች"

....

ሙስሊ

የበቆሎ ቅርፊት

....

ኮርንፍለይክስ

ዱቄት

....

ሓርጭ

ኩራሳ

....

ክሮሶን

ድብልብል ዳቦ

....

ባኒ

ዳቦ

....

ባኒ

መጥበስ

....

ቶስት

ብስኩት

....

ብሽኮቲ

ቅቤ

....

ጠስሚ

እርጎ

....

ርግኦ

ኬክ

....

ፓስተ

እንቁላል

....

እንቋቍሖ

እንቁላል ጥብስ

....

ቅሉው እንቋቍሖ

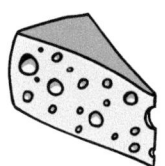

አይብ

....

ፋርማጆ

የበረዶ ክሬም

አይስ ክሪም

ስኳር

ሽኮር

ማር

መዓር

ማርማላት

ጀም

የተናጠ የወተት ክሬም

ኑጋት-ክረም

ማጣፈጫ

ኩሪ

ቤት ሕርሻ

የገበሬ ቤት
ቤት ሕርሻ
የእህልና የከብት ማቀመጫ ቤት
መኽዘን
የጭድ ክምር
ሓሰር ቦንዳ
ሜዳ
ግራት
ፈረስ
ፈረስ
ተሳቢ መኪና
ተስሓቢ
የፈረስ ዉርንጭላ
ዒሉ
የእርሻ መኪና
ትራክተር
አህያ
አድጊ
በግ
በጊዕ
የበግ ጠቦት
ዕየት

ፍየል

....

ጤል

ላም

....

ብዕራይ

ጥጃ

....

ምራኽ

አሳማ

....

ሓሰማ

ግልገል አሳማ

....

ውላድ ሓሰማ

ኮርማ

....

አርሓ

እርሻ - ቤት ሕርሻ 27

ዝይ

ዓዓ

ዳክዬ

ማይ ደርሆ

የዶሮ ጫጩት

ጫቑት

ዶር

ደርሆ

አዉራ ዶሮ

ኣርሓ ደርሆ

አይጥ

ኣንጨዋ ዓባይ

ደድመት

ድሙ

አይጥ

ኣንጭዋ

በሬ

ብዕራይ

ዉሻ

ከልቢ

የዉሻ ቤት

ኣጉዶ ከልቢ

የአትክልት ቦታ

ቱባ ጀርዲን

ዉሃ ማጠጫ ባልዲ

መዝፈፊ ማይ

ረጅም ማጭድ

ዓቢ ማዕጺድ

ማረሻ

ማሕረሻ

ማጭድ

ማዕጺድ

መኮትኮቻ

ጭኺሮ

የእህል መንሽ

መሰአ

መጥረቢያ

ፋስ

ኩርኩር/ የእጅ ጋሪ

ዓረብያ ኢድ

ገንዳ

ጋብላ

የወተት ዕቃ

ብርጭቆ ጸባ

ጆንያ ከረጢት

ክሻ

አጥር

ሓጹር

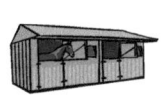

የፈረስ ጋጣ

መጓሰስ

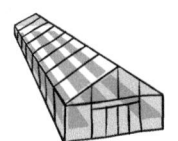

ዕፅዋት ማሳደጊያ የመስታዉት ቤት

ቐጠልያ ገዛ

አፈር

ባይታ

ዘር

ዘርኢ

የመሬት ማዳበሪያ

ድኹዒ

ጥምር ማረሻ

ዘጣምር ቀውዓይ

አዝመራ መሰብሰብ

ቀውዐ

አዝመራ

ጻማ

ድንች

ድንሽ ያም

ስንዴ

ስርናይ

ሶያ

ሶያ

ድንች

ድንሽ

በቆሎ

ዕፉን

የከብት መኖ

ራፕስ

የፍሬ ዛፍ

ገረብ ፍረታት

የካሳቫ ዛፍ

ማኒኦክ

እህል

ኣእኻል

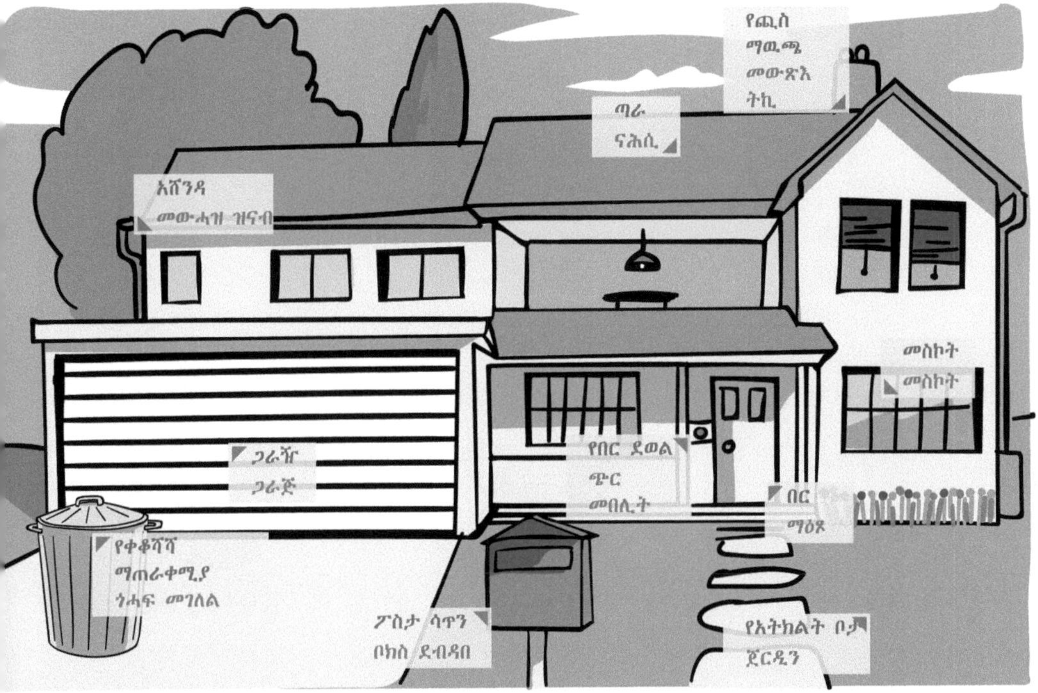

የጪስ ማዉጫ
መውጽእ ትኪ
ጣራ
ናሕሲ
አሸንዳ
መውሓዝ ዝናብ
መስኮት
መስኮት
ጋራዥ
ጋራጅ
የበር ደወል
ጭር መበሊት
በር
ማዕጾ
የቀቆሻሻ ማጠራቀሚያ
ጎሓፍ መገለል
ፖስታ ሳጥን
ቦክስ ደብዳበ
የአትክልት ቦታ
ጀርዲን

ሳሎን

ክፍሊ ምቕማጥ

መታጠቢያ ቤት

ክፍሊ ባንዮ

ማድቤት

ክሽነ

መኝታ ቤት

ክፍሊ መደቀሲ

የልጅ ክፍል

ክፍሊ ቆልዑ

መመገቢያ ክፍል

መመገቢ ክፍሊ

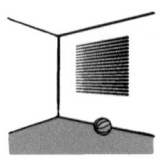

ወለል

ባይታ

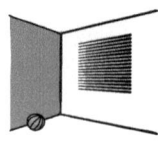

ግድግዳ

መንደቕ

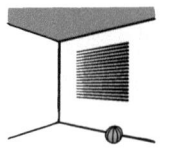

ጣሪያ

ከቦርታ

ምድር ቤት

ካንቲና

በእንፋሎት ሙቀት መታጠቢያ ቤት

ሳውና

ሰገነት

ባልኮን

ከፍ ያለ መደብ

ዛላ

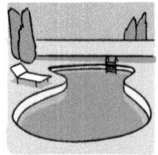

የመዋኛ ገንዳ

መሕምበሲ

የማጨጃ መኪና

መቑረጺ ሳዕሪ

አንሶላ

ኣንሶላ ዓራት

የአልጋ ልብስ

ከቦርታ ዓራት

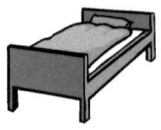

አልጋ

ዓራት

መጥረጊያ

መኾስተር

ባልዲ

መገለል

ማብሪያና ማጥፊያ

መወልዒት

ሳሎን

ክፍሊ ምቕማጥ

የግድግዳ ወረቀት
ወረቐት መንደቕ
ፎቶ
ስእሊ
መብራት
ላምፓ
መደርደሪያ
ቁም ሳጥን፣ ካቢኔ
ተለቪዥን
የእሳት መሞቂያ
መውጽኢ ትኪ ኣብ ገዛ
አበባ
ዕንባባ
ትራስ
መተርኣስ
ሶፋ
ሳሎን
የአበባ ማስቀመጫ
ሪሞት ኮንትሮል
ሪሞት

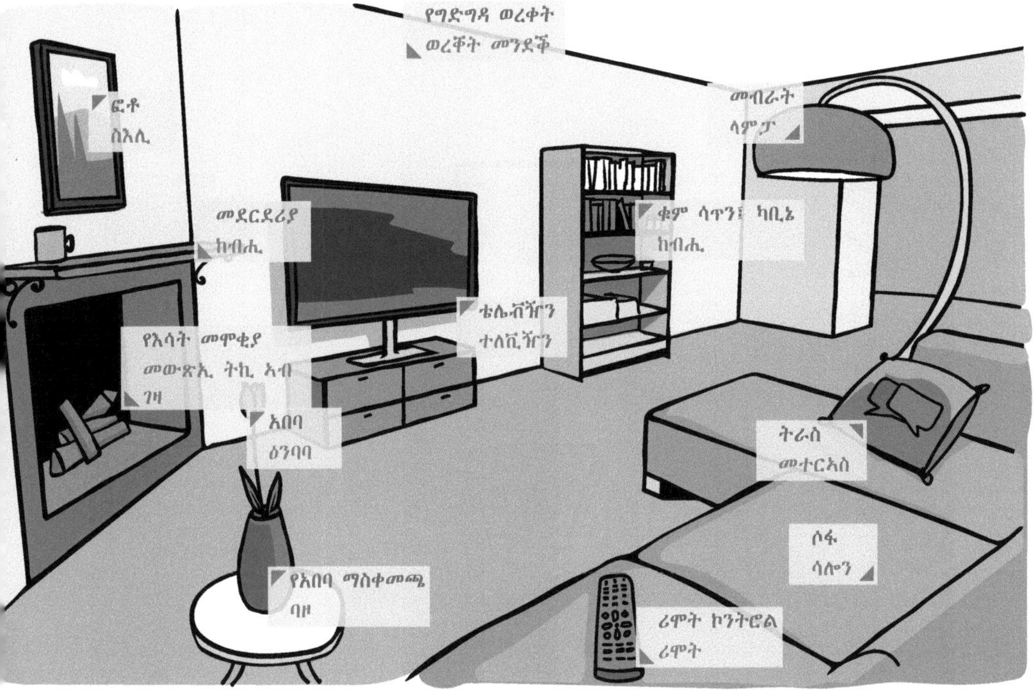

ንጣፍ

መንጸፍ

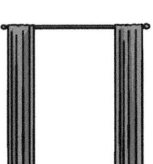

መጋረጃ

መጋረጃ

ጠረጴዛ

ጣውላ

ወንበር

መንበር

ተወዛዋዥ ወንበር

ሰለል ዝብል መንበር

ባለመደገፊያ ወንበር

መንበር ምቹእ

መጽሐፍ

....

መጽሓፍ

ብርድ ልብስ

....

ክቦርታ

ጌጥ

....

ስልማት

ማገዶ

....

እንጨይቲ ሓዊ

ፊልም

....

ፊልም

የሙዚቃ መማጫወቻ

....

ስተረዮ

ቁልፍ

....

መፍትሕ

ጋዜጣ

....

ጋዜጣ

ስዕል

....

ቕብኣ

የተለጠፈ ማስታወቂያ እንደ ስዕል

....

ፖስተር

ራዲዮ

....

ረድዮ

ማስታወሻ ደብተር

....

ጥራዝ

የአየር ማፅጃ ለምንጣፍ

....

መልገሲ ደሮና

ቁልቋል

....

በለስ

ሻማ

....

ሽምዓ

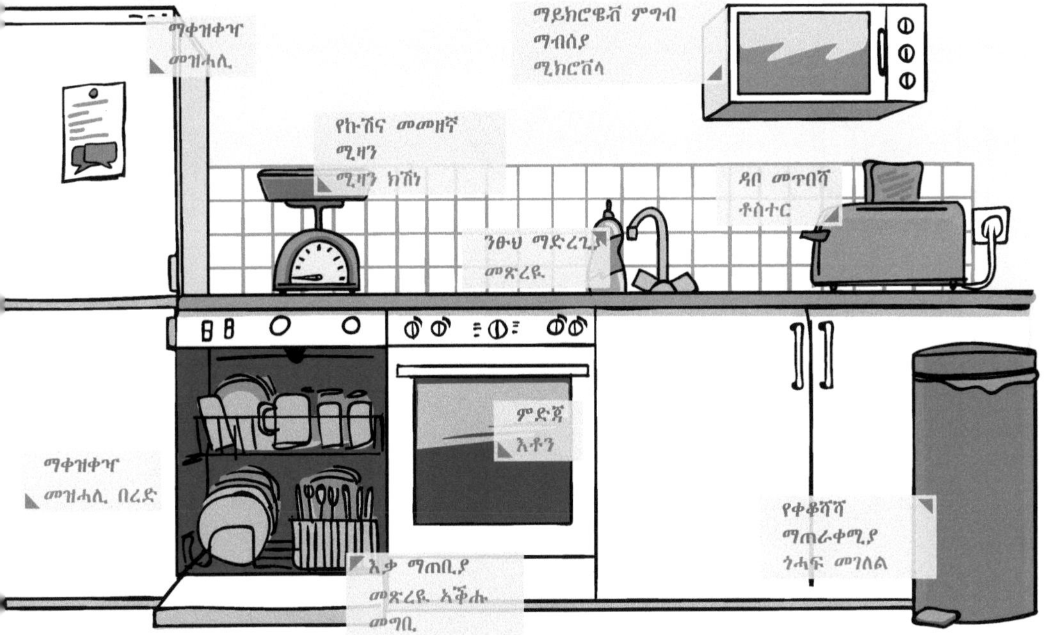

ማቀዝቀዣ
መዝሐሊ

ማይክሮዌቭ ምግብ
ማብሰያ
ሚክሮቨላ

የኩሽና መመዘኛ
ሚዛን
ሚዛን ክሽን

ዳቦ መጥበሻ
ቶስተር

ንፁህ ማድረጊያ
መድረዩ

ማቀዝቀዣ
መዝሐሊ በረድ

ምድጃ
እቶን

እቃ ማጠቢያ
መድረዩ አቆሐ
መግቢ

የቆሻሻ
ማጠራቀሚያ
ጎሓፍ መገለል

ምግብ አብሳይ

መኽሸኒ

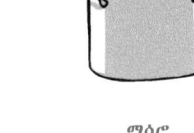

ማሰሮ

ድስቲ

የብረት ማሰሮ

ድስቲ ሓጺን

ምግብ ማብሰያ ዝርግ ድስት

ቆክ/ካዳይ

የምግብ መጥበሻ

ባደላ

ማንቆርቆሪያ

መውዓዪ ማይ

የእንፋሎት ማብሰያ
....
መፍልሒ

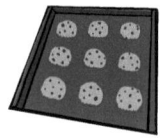

የመጋገሪያ ትሪ
....
ኻንቴራ ምስንካት

ሰብስቦች
....
ኣቕሑ መግቢ

ትልቅ ኩባያ
....
ብርጭቆ

ጎድጓዳ ሳህን
....
ጭሓሎ

ቾፕስቲክስ
....
ማንካቺና

ጭልፋ
....
ማንካ መረቕ

መሰቅሰቂያ ዝርግ ማንኪያ
....
መገልበጢ ባደላ

ማደባለቂያ
....
መኹስተር ውርጪ

መወጠሪያ
....
መንፊት መግቢ

ወንፊት
....
መንፊት

መፈርፈሪያ መሳሪያ
....
መፋሕፍሒ

ሲሚንቶ
....
ሞርታር

የፍም ጥብስ
....
ባርቢክዩ

የተለቀቀ እሳት
....
ስፍራ ሓዊ

መክተፊያ

....

እንጨይቲ ምምታር

ተንሸራታች መርፌ

....

እንጨይቲ ኰረር

የጠርሙስ መክፈቻ

....

መኽፈት ቡሽ

ጣሳ

....

ታኒካ

የጣሳ መክፈቻ

....

መኽፈቲ ታኒካ

የማሰሮ መሸፈኛ

....

ጨርቂ ድስቲ

ሳህን ማጠቢያ

....

ቡምባ

ብሩሽ

....

ኣስባስላ

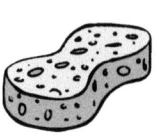

ስፖንጅ

....

ሰፍነግ

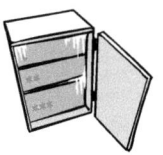

መደባለቂያ መሳሪያ

....

ሓዋሲ ኣደባላቒ

በጣም ማቀዝቀዣ

....

መዝሓሊ በረድ

ጡጦ

....

ጥርሙዝ ማማይ

ቧንቧ

....

ቡምባ ማይ

መታጠቢያ ቤት

ክፍሊ ባንዮ

ማሞቂያ
መውዓዪ
መታጠቢያ
መሕጸቢ ሻወር
ፎጣ
የመታጠቢያ ቤት
መጋረጃ
ሻወር መጋረጃ
የአረፋ መታጠቢያ
መሕጸቢ ዓፍራ
የመታጠቢያ ገንዳ
ብኬሪ
የልብስ ማጠቢያ
ማዕዘን ወለል
ማቶነላ
ፖፖ
ድስቲ
ሳህን ማጠቢያ
ቡምባ

ሽንት ቤት

ሽቓቕ

የሽንት ቤት መቀመጫ

ሽቓቕ ኮፍ

ሳፋ

በዴ

የመንገድ ዳር መሽኛ

ሽቓቕ ተባዕታይ

የሽንት ቤት ወረቀት

ወረቐት ሽቓቕ

የሽንት ቤት ማፅጃ ብሩሽ

ኣስባስላ ሽቓቕ

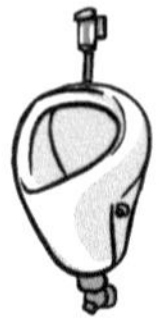

የጥርስ ብሩሽ

....

ኣስባስላ ስኒ

የጥርስ ሳሙና

....

ክሬማ ስኒ

የጥርስ ማፅጃ ክር

....

ሃሪ ስኒ

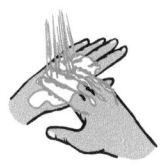

መታጠብ

....

ሓጸበ

የእጅ መታጠቢያ

....

ዱሽ ኢድ

መታጠቢያ

....

ዱሽ

ጎድጓዳ ሳህን

....

ብርጭቆ ምሕጻብ

የጀርባ ብሩሽ

....

ኣስባስላ ሕቖ

ሳሙና

....

ሳምና

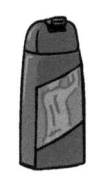

የመታጠቢያ የሚዝለገለግ ሳሙና

....

ሻወር ጀል

የፀጉር መታጠቢያ ሳሙና

....

ሻምፑ

ለስላሳ ጨርቅ

....

ጨርቂ መሕጸቢ

ፍሳሽ

....

መውሓዚ

ክሬም

....

ክረማ

ጠረን መቀየሪያ ንጥረ ነገር

....

ደዮ ጨና

መስታወት

መስትያት

የእጅ መስታወት

ናይ ኢድ መስትያት

ምላጭ

መላጸ

የመላጫ አረፋ

ዓፍራ ምልጻይ

ከመላጨት በኋላ የሚቀባ ሽቱ

ጨና ድሕሪ ምልጻይ

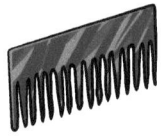

ማበጠሪያ

መመሸጥ

ብሩሽ

ኣስባስላ

የፀጉር ማድረቂያ

መንቐጺ ጸግሪ

በፀጉር ላይ የሚነፋ

ስፕረይ ጸግሪ

የፊት መቀባቢያ

መመላኽዒ

የከንፈር ቀለም

ብርዒ ቀለም ከንፈር

የጥፍር ቀለም

ኣዝማልቶ

የጥጥ ሱፍ

ጸምሪ ጡጥ

ጥፍር መቁረጫ

መስደዲ ጽፍሪ

ሽቶ

ጨና

ማጠቢያ ባልዲ

ሳንጣ መሕጸቢ

መቀመጫ

ድኳ

ሚዛን

ሚዛን

የመታጠቢያ ልብስ

ክዳን መሕጸቢ

የላስቲክ ጓንት

ጓንቲ መጸረዪ

ሞዴስ

ታምፖን

የፅዳት ፎጣ

ጨርቂ ሰበይቲ

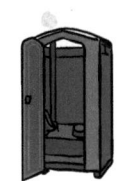

የሽንት ቤት ኬሚካል

ሽቓቕ ከሚስትሪ

የልጅ ክፍል

ክፍሊ ቆልዑ

የማንቂያ ደዉል ሰዐት
ኣላርም መተስኢ
የህፃን አሻንጉሊት
መጻወቲ እንስሳ
የመጫወቻ
መኪና
መጻወቲ መኪና
ማንገጫገጫ
መጫወቻ
ኳሕኳሕ መበሊ
የአሻንጉሊት ቤት
ቤት ባምቡላ
ስጦታ
ህያብ

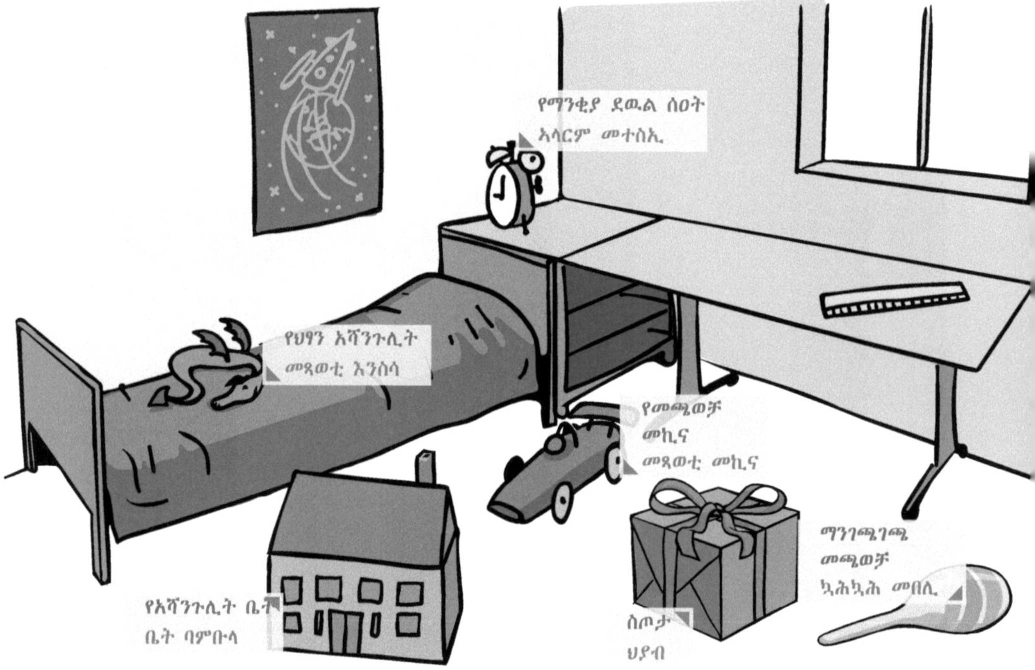

ፊኛ

ባላንችና

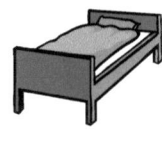

አልጋ

ዓራት

የህፃን ማንሸራሸሪያ ጋሪ

ሰረገላ ህጻን

የካርታ መጫወቻ

ጸወታ ካርታ

ቁርጥራጭ ምስሎችን የማገጣጠም
እና ምስል የማግኘት ጨዋታ

ሕንቅሊተይ

አዝናኝ

ኮሚዲ

ተገጣጣሚ መጫወቻ

እምንታት መጻወቲ ለጎ

የመጫወቻ መገጣጠሚያዎች

መጻወቲ እምንታት

የድርጊት ምስል

በዓል አክቾን

የህፃን እድገት

ክዳን ማማይ

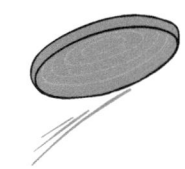

የፕላስቲክ መጫወቻ ዝርግ ሰሀን

ፍሪስቢ

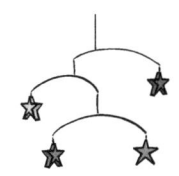

ተወዛዋዥ የህፃን ማጫወቻ

ሞባይል ማማይ

የሰሌዳ ጨዋታ

ጸወታ ሰሌዳ

የመጫወቻ ጠጠር

ኩቦ

የመጫወቻ ባቡር

ሞደል ባቡር ምድሪ

የእንጀራ እናት ጡጦ

ዓባስ

ድግስ

ፓርቲ

የስዕል መፅሀፍ

መጽሓፍ ስእሊ

ኳስ

ኩዕሶ

አሻንጉሊት

ባምቡላ

መጫወት

ተጻወተ

የአሸዋ መጫወቻ

መጻወቲ ሑጻ

ዥዋዥዌ

ሰላል

መጫወቻዎች

መጻወቲታት

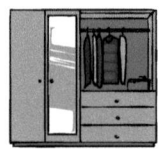

የቪዲዮ መጫወቻ

ኮንሶል ቪድዮ

ባለ ሶስት ጎማ ብስክሌት

መጻወቲ ሰለስተ መንኮርኮር

የአሻንጉሊት ድብ

ተዲ

ቁምሳጥን

ከብሒ ክዳን

አልባሳት

ክዳን

ካልሲዎች

ካልስታት

ስቶኪንጎች

ነዊሕ ካልስታት

ታይት

ስረ ካልሲ

የአንገት ልብስ
ሻርፕ

ዥንጥላ
ጽላል

ክናቴራ
ማልያ

ቀበቶ
ቁልፉ

ቡቲ
ረፋዕ

የቤት ዉስጥ ነጠላ
ጫማ
ጫማ ገዛ

ስኒከሮች
ስኒከርስ

ነጠላ ጫማዎች
. . . .
ሸበጥ

ጫማዎች
. . . .
ጫማ

የዝናብ ቡትስ
. . . .
ረፋዕ ነማ

ሙታንታ
. . . .
ሙታንታ

ጡት መያዣ
. . . .
ክዳን ጡብ

ሰደርያ
. . . .
ትሕተ ካሚቻ

ሰዉነት

ቦዲ

ሱሪዎች

ስረ

ጅንስ

ጂንስ

ጉርድ ቀሚስ

ቀምሽ

ሸሚዝ

ካምቻ

ሸሚዝ

ካሚቻ

የሚጠለቅ ሹራብ

ጉልፎ

ሹራብ

ጎልፎ

ዩኒፎርም ጃኬት

ጃኬት

ጃኬት

ጃከት

ኮት

ጁባ

የዝናብ ኮት

ክዳን ዝናብ

ልብስ

ኮስቱም

ቀሚስ

ቀምሽ

የሙሽራ ቀሚስ

ቀምሽ መርዓ

ሱፍ

ልብሲ

የለሊት ልብስ

ካሚቻ ለይቲ

የለሊት ልብስ

ክዳን ለይቲ

ረጅም ቀሚስ

ሳሪ

ሂጃብ

መሃረብ ርእሲ

ጥምጣም

ቱርባን

ቡርቃ

ቡርካ

ሽርጥ

ካፍታን

አባያ

አባያ

የዋና ልብስ

ክዳን መሕምበሲ

አጭር ቁምጣ

ስረ መሕምበሲ

ቁምጣዎች

ሓጺር ስረ

የስራ ቱታ

ክዳን ታዕሊም

ሽርጥ

በጃ ክዳን

ጓንት

ጓንቲ

ቁልፍ

መልጎም

መነፅር

መነጽር

አምባር

በንናጅር

የአንገት ሀብል

ማዕተብ

ቀለበት

ቀለበት

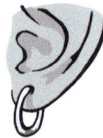

የጆሮ ጌጥ

ኩትሻ

ኮፍያ

ቆብዕ

የኮት መስቀያ

መንበሪ ጁባ

ኮፍያ

ባርኔጣ

ከረቫት

ካርራቫት

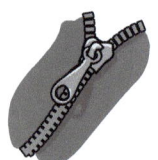

ዚፕ

ሻርነጣ

የብረት ቆብ

ሀልመት

መደገፊያ

መድልደል ስረ

የትምህርት ቤት የደንብ ልብስ

ድቢዛ ቤትትምህርቲ

የደንብ ልብስ

ድቢዛ

መሃረብ

ሰደርያ ቆልዓ

የእንጀራ እናት ጡጦ

ዓባስ

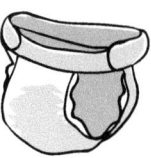

ሽንት ጨርቅ

ጨርቂ ማማይ

ቢሮ

ቤት ጽሕፈት

ጣቢያ
ሰርቨር
የፋይል መደርደሪያ
ካቢኔ
ከብሒ ሰነድ
የህትመት መሳሪያ
ፕሪንተር
ወረቀት
መቆጣጠሪያ
ማዉዝ
ጣውላ ምጽሓፍ
ኪቦርድ
የቆሻሻ ወረቀት መጣያ
ቅርጫት
ጎሓፍ ወረቐት
ኮምፒዉተር
ወንበር
መንበር

የቡና መጠጫ ትልቅ ኩባያ

ብርጭቆ ቡን

ማስልያ ማሽን

ካልኩለተር

ኢንተርኔት

ኢንተርነት

ላፕቶፕ

....

ለፕቶፕ

ደብዳቤ

....

ደብዳበ

መልዕክት

....

መልእኽቲ

ተንቀሳቃሽ ስልክ

....

ሞባይል

የግንኙነት አዉታር

....

ነትወርክ/መርበብ

ማባዣ ማሽን

....

መቅድሒ ፎቶኮፒ

ሶፍትዌር

....

ሶፍትዌር

ስልክ

....

ተለፎን

የግድግዳ ሶኬት

....

ሶከት ኳረንቲ

የፋክስ ማሽን

....

ፋክስ

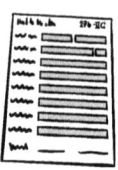

ቅፅ

....

ፎርም

ሰነድ

....

ሰነድ

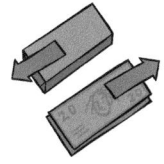

መግዛት

ገዝአ

መክፈል

ከፈለ

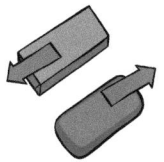

መነገድ

ንግዲ

ገንዘብ

ገንዘብ

ዶላር

ዶላር

ዩሮ

ኦይሮ

የን

የን

ሩብል

ሩብል

የስዊዝ ፍራንክ

ስዊዝ ፍራንክን

ሬንሚንቢ ዩዋን

ረንሚንቢ ዩዋን

ሩጲ

ሩፒየ

የገንዘብ ነጥብ

መውጽኢ ማሺን ገንዘብ

የዉጭ ገንዘብ ምንዛሪ ቢሮ

ቦታ ቅያር ገንዘብ

ወርቅ

ወርቂ

ብር

ብሩር

ዘይት

ዘይቲ

ሀይል፤ ጉልበት

ሓይሊ

ዋጋ

ዋጋ

ግንኙነት

ውዕል

ቀረጥ

ቀረጽ

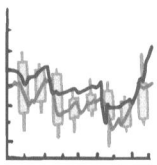

አክስዮን

እኩብ ጥረ-ነገራት

መስራት

ሰርሐ

ተቀጣሪ

ሰራሕተኛ

ቀጣሪ

አስራሒ

ፋብሪካ

ትካል

ሱቅ

ዱኳን

የስራ ሙያዎች
ሞያታት

የፖሊስ አዛዥ
በዓል ፖሊስ
የእሳት አደጋ ሰራተኛ
ምግብ አብሳይ
ከሻኒ
ዶክተር
ሓኪም
አብራሪ

አትክልተኛ

ሰራሕትኛ ጀርዲን

አናጢ

ጸራቢ ዕንጸይቲ

ልብስ ሰፊ ሴት

ሰፋይት

ዳኛ

ፈራዳይ

ቀማሚ

ቀማሚ

ተዋናይ

ተዋሳኢ

የአዉቶቢስ ሹፌር

መራሒ ኣዉቶቡስ

የታክሲ ሹፌር

ኣውቲስታ ታክሲ

አሳ አጥማጅ

ገፋፊ ዓሳ

ፅዳት ሰራተኛ

ጻራጊት

የጣራ ሰራተኛ

ሃናጻይ ናሕሲ

አስተናጋጅ

ኣሰላፊ

አዳኝ

ሃዳናይ

ሰዓሊ

ሰኣላይ

ጋጋሪ

እንዳ ሕብስቲ

የኤሌትሪክ ሰራተኛ

ኤለትሪከኛ

ገምቢ

ሃናጺ ኣባይቲ

መሃንዲስ

ሃንዳሲ

ልኳንዳ

ሰራሕተኛ እንዳ ስጋ

የቧንቧ ሰራተኛ

ድራብሊኮ

የፖስታ ሰራተኛ

ኣማላላሲ ፖስጣ

ወታደር

ወተሃደር

መሃንዲስ

መሃንድስ

የሒሳብ ሰራተኛ

ተሓዝ ገንዘብ

አበባ ሻጭ

ሰራሕተኛ ዕምባባ

የፀጉር ሰራተኛ

ቀምቃማይ

ቲኬት ቆራጭ

ፈተሪኖ

መካኒክ

መካኒክ

ካፒቴን

መራሒ መርከብ

የጥርስ ሐኪም

ሓኪም ስኒ

ተመራማሪ

ተመራማሪ

መምህር

ራቢ

የሙስሊም ሃይማኖታዊ መሪ

ኢማም

መነኩሴ

ፈላሲ

ካህን

ቀሺ

መሳሪያዎች

ናውቲ

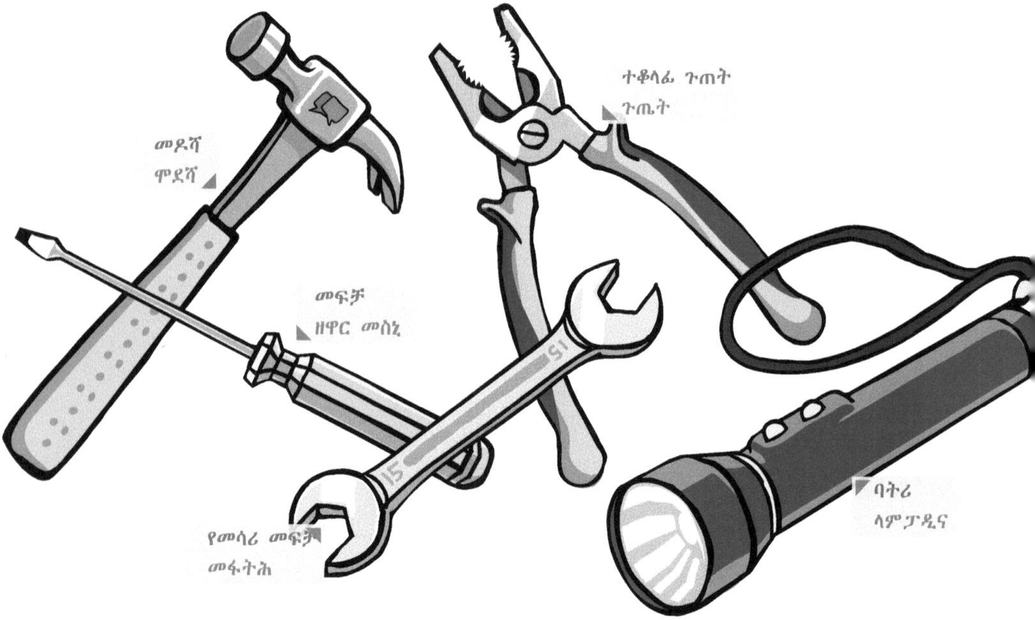

መዶሻ
ሞደሻ
ተቆላፊ ጉጠት
ጉጤት
መፍቻ
ዘዋር መስኒ
የመሳሪ መፍቻ
መፋትሕ
ባትሪ
ላምፓዲና

በቁፋሮ የሚዝቅ

ፈሓሪ

የመፍቻ ሳጥን

ናውቲ ቦክስ

መሰላል

መደያይቦ

መጋዝ

መጋዝ

ምስማር

መስማር

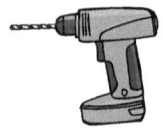

መሰርሰሪያ

ኰዓቲ

መጠገን
....
ምዕራይ

አካፋ
....
ባደላ

የተረገመ!
....
አይ!

ቆሻሻ ማፈሻ
....
መትሓዚ ዮሮና

የቀለም ቆርቆሮ
....
ድስቲ ቀለም

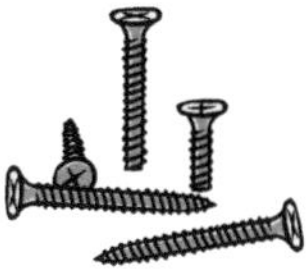

ብሎን
....
ካቻቢተ

የሙዚቃ መሳሪያዎች

መሳርሒ ሙዚቃ

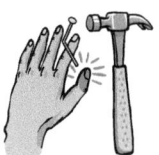

የድምፅ ማጉያ
መሳርያ
እስፒከር

የከበሮ መሳሪያዎች
ከበሮታት

ድርብ ቤዝ ጊታር
ረጉድ ዓባይ
ጊታር

ክራር መሰል የሙዚቃ
መሳሪያ
ጊታር

የትንፋሽ ሙዚቃ
መሳሪያ
ትሮምፐት

ፒያኖ

ፒያኖ

ቫዮሊን

ቪዮሊን

ወፍራም፤ ጎርናና ድምፅ ያለዉ ክራር መሰል ሙዚቃ መሳሪያ

ባስ ጊታር

ነጋሪት

ቲምንኢ

ከበሮ

ከቦሮ

በኤሌክትሪክ የሚሰራ ፒኖ

ኦርጋን

የትንፋሽ ሙዚቃ መሳሪያ

ሳክሶፎን

ዋሽንት

ሻምብቆ

የድምፅ ማጉያ

ሚክሮፎን

የደር እንስሳት ማቆያ

መካነ እንስሳታት

ነብር
ነብሪ
መግቢያ
መእተዊ
ሳጥን
የሜዳ አህያ
አድጊ በረኻ
የእንስሳ ምግብ
መግቢ እንስሳ
ትልቅ ድብ
ፓንዳ

እንስሳቶች

እንስሳታት

ዝሆን

ሓርማዝ

ካንጋሮ

ካንጋሩ

አዉራሪስ

ሓሪሽ

ትልቅ ዝንጀሮ

ጉሪላ

ድብ

ድቢ

ግመል

ገመል

ሰጎን

ሰገን

አንበሳ

ኣንበሳ

ጦጣ

ህበይ

ቅልጥመ ረዥም ወፍ

ፍላሚንጎ

በቀቀን

ሕንጻይ

የወዋልታ ድብ

ድቢ በረድ

የዋልታ ወፎች

ፐንጉን

ረጅም ጥርሶች ያሉትአሳ ነባሪ

ከልቢ ዓሳ

ጣዎስ

ጣውስ

እባብ

ተመን

አዞ

ሓርገጽ

የዱር አራዊት የሚጠበቁበት ማቆያን የሚጠብቅ

ሓላዊ ቤት ገርድሽ

አሳ በሊታ የባህር እንስሳ

ዓሳ ዚምገብ እንስሳ ባሕሪ

የዱር ድመት

ጃጓር

ድንክ ፈረስ

ሓጺር ፈረስ

ነብር

ነብሪ

ጉማሬ

ጉማረ

ቀጭኔ

ጂራፍ

ንስር

ሊሳ

ከርከሮ

መፍለስ

አሳ

ዓሳ

የባህር ኤሊ

ጎብየ

የባህር አዉሬ

ዋልሩስ

ቀበሮ

ወኻርያ

የሜዳ ፍየል፤ ሚዳቋ

ሰስሓ

የስፖርት አይነቶች

ስፖርት

የአሜሪካ እግርኳስ
ናይ ኣሜሪካ ኩዕሶ እግሪ
የብስክሌት ስፖርት
ምዝዋር ብሽግለታ
ቴኒስ
ተኒስ
የቅርጫት ኳስ
ባስከትባል
ዋና
ምሕምባስ
የቡጢ ስፖርት
ቦክሲንግ
የበረዶ ላይ የገና ጨዋታ
ሆኪ በረድ

እግር ኳስ

ኩዕሶ እግሪ

የላበ ኳስ ጨዋታ

ባድሚንቶን

አትሌቲክስ

እስፖርታዊ ንጥፈታት

የእጅ ኳስ ስፖርት

ኩዕሶ ኢድ

የበረዶ መንሸራተት ስፖርት

ስኪ

ፈረስ ግልቢያ

ፖሎ

መዝለል
ነጠረ
መዘመር
ደረፈ
ማቀፍ
ሓቖፈ
መሳቅ
ሰሓቐ
መራመድ
ከደ
ህልም ማለም
ሓለመ
መፀለይ
ጸለየ
መሳም
ሰዓመ

መፃፍ

ጸሓፈ

መሳል

ሰኣለ

ማሳየት

ኣርኣየ

መግፋት

ደፍአ

መስጠት

ሃበ

መዉሰድ

ወሰደ

መያዝ

አለወ

ማድረግ

ገበረ

መሆን

ኮነ

መቆም

ጠጠው በለ

መሮጥ

ጎየየ

መሳብ

ሰሓበ

መወርወር

ሰንደወ

መዉደቅ

ወደቐ

መዋሸት

ሓሰወ

መጠበቅ

ተጸበየ

መሸከም

ሰከም

መቀመጥ

ኮፍ በለ

መልበስ

ተኸድነ

መተኛት

ደቀሰ

መንቃት

ተስአ

መመልከት

....

ረአየ

ማለልቀስ

....

በኽየ

መጫር

....

ብኣጻብዑ ደረዘ

ማበጠር

....

መሸጠ

ማዉራት

....

ተዛረበ

መረዳት

....

ተረድአ

ጥያቄ

....

ሓተተ

ማዳመጥ

....

ሰምዐ

መጠጣት

....

ሰተየ

መብላት

....

በልዐ

ማንፃት

....

ኣቐመጠ

ማፍቀር

....

ኣፍቀረ

ምግብ ማብሰል

....

ከሸነ

መንዳት

....

ዘወረ

መብረር

....

ነፈረ

መርከብ መንዳት

....

ብመርከብ ገየሸ

ቁጥሮችን ማስላት

....

ደመረ

ማንበብ

....

ኣንበበ

መማር

....

ተመሃረ

መስራት

....

ሰርሐ

ማግባት

....

መርዓወ

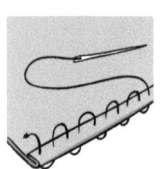

መስፋት

....

ሰፈየ

ጥርስ መቦረሽ

....

ጽሬት ኣስናን

መግደል

....

ቀተለ

ማጨስ

....

ሽጋራ ተከኽ

መላክ

....

ሰደደ

የሴት አያት
ዓባየ

የወንድ አያት
አቦሓጎ

አባት
አቦ

እናት
አደ

ህፃን
ማማይ

ሴት ልጅ
ጓል

ወንድ ልጅ
ወዲ

እንግዳ
ጋሻ

አክስት
ሓትኖ

አጎት
አኮ

ወንድም
ሓው

እህት
ሓፍቲ

ግንባር
ግንባር

አይን
ዓይኒ

ፌት
ገጽ

አገጭ
መንከስ

ጡት
አፍ-ልቢ

ታት
አጻብዕ

እጅ
ኢድ

ክንድ
ምናት

ትክሻ
መንኩብ

እግር
ሸፋን እግሪ

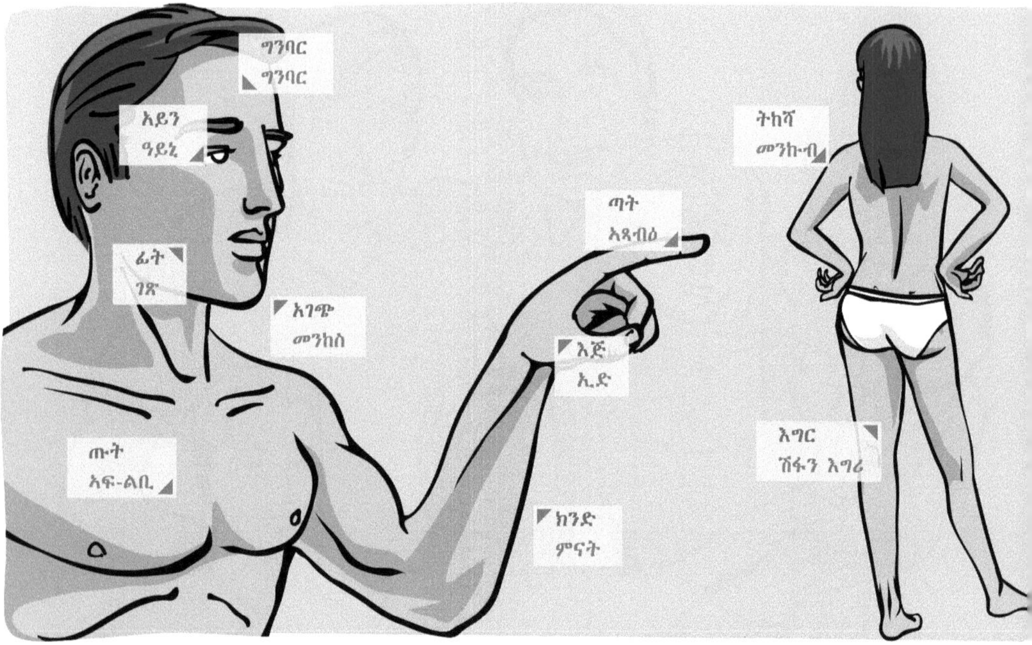

ህፃን
ማማይ

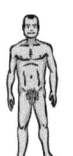

ሰዉ
ሰብኣይ

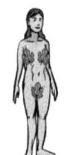

ሴት
ሰበይቲ

ልጃገረድ
ጓል

ወንድ ልጅ
ወዲ

ራስ
ርእሲ

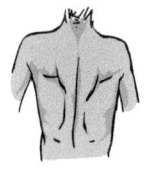

ጀርባ

ሕቖ

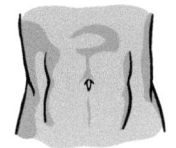

ሆድ

ከስዐ

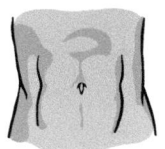

እምብርት

ሕምብርቲ

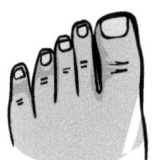

የእግር ጣት

ኣጻብዕ እግሪ

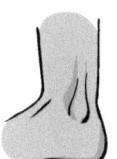

ተረከዝ

ኩርኾሪ

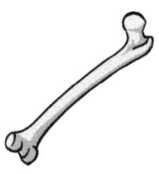

አጥንት

ዓጽሚ

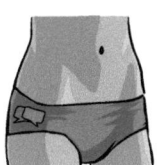

ዳሌ

ምሕኵልቲ

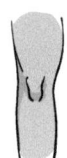

ጉልበት

ብርኪ

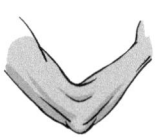

ክርን

ፎግፎጎ

አፍንጫ

ኣፍንጫ

ቂጥ

መዓኮር

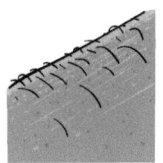

ቆዳ

ቆርበት

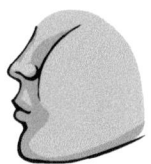

ጉንጭ

ምዕጉርቲ

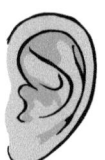

ጆሮ

እዝኒ

ከንፈር

ከንፈር

አፍ

ኣፍ

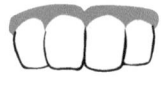

ጥርስ

ስኒ

ምላስ

መልሓስ

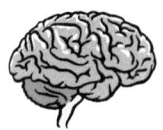

አንጎል

ሓንጎል

ልብ

ልቢ

ጡንቻ

ጭዋዳ

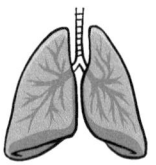

ሳምባ

ሳንቡእ

ጉበት

ጸላም ከብዲ

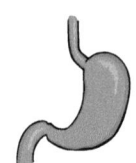

ሆድ

ከብዲ

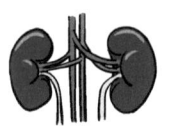

ኩላሊቶች

ኩሊት

የግብረስጋ ግንኙነት

ግብረ ስጋ

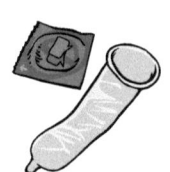

ኮንዶም

ኮንዶም

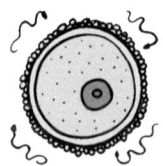

የሴት እንቁላል

እንቋቑሖ

የዘር ፈሳሽ

ዘርኢ ተባዕታይ

እርግዝና

ጥንሲ

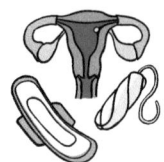

የወር አበባ

ጽግያት

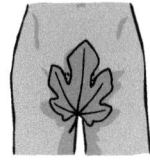

እምስ

ርሕሚ

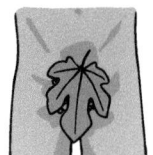

ቁላ

መትሎ

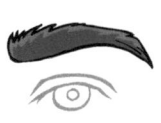

ቅንድብ

ሸፋሽፍቲ

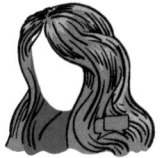

ፀጉር

ጸጉሪ

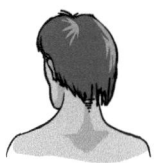

አንገት

ክሳድ

ሆስፒታል

ሆስፒታል

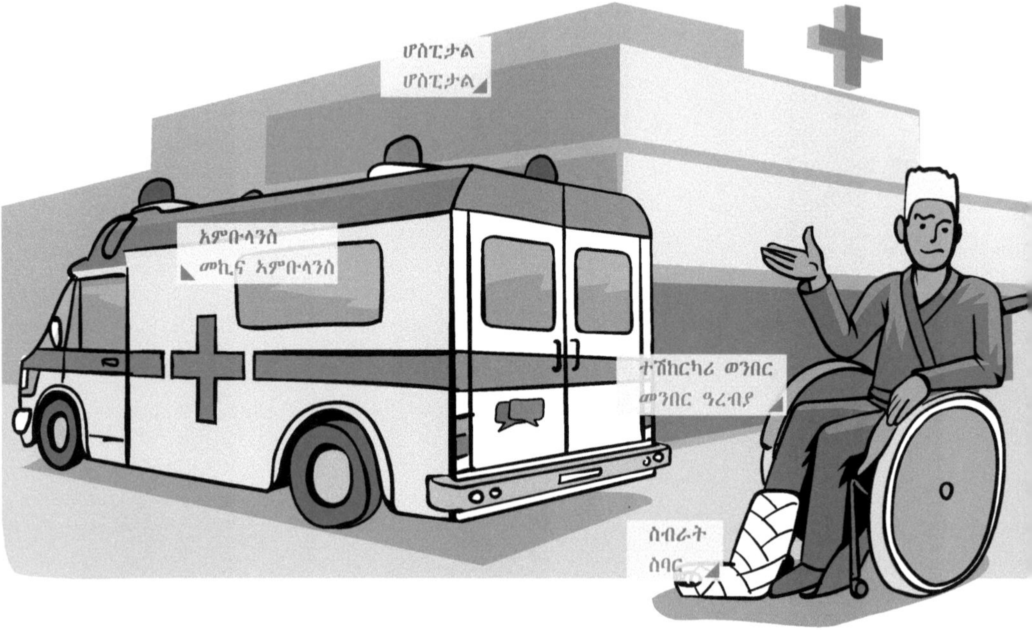

ሆስፒታል
ሆስፒታል
አምቡላንስ
መኪና አምቡላንስ
ተሽከርካሪ ወንበር
መንበር ዓረብያ
ስብራት
ስባር

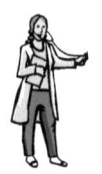

ዶክተር

ሓኪም

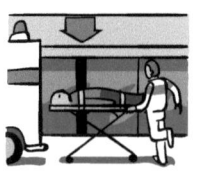

ድንገተኛ ክፍል

ክፍሊ ህጹጽ ረድኤት

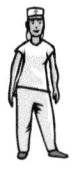

ነርስ

ኣላይት

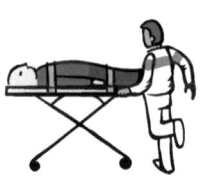

ድንገተኛ

ህጹጽ ኩነት

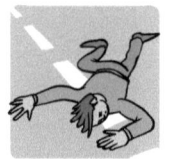

ራስን መሳት/ አለማወቅ

ውነኡ ዘጥፍአ

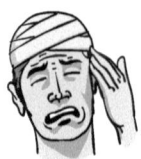

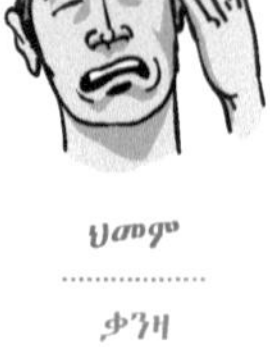

ህመም

ቃንዛ

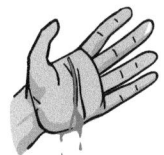

ጉዳት

ጉድኣት

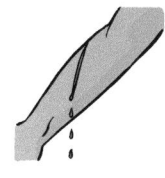

መድማት

ደም

የልብ ድካም

ማህረምቲ

ስትሮክ

ማህረምቲ

አለርጂ

ኣለርጂ

ሳል

ሰዓል

ትኩሳት

ረስኒ

ኢንፍሎዌንዛ

ኡንፍልወንዛ

ተቅማጥ

ውጽኣት

የራስ ምታት

ቃንዛ ርእሲ

ካንሰር

መንሸሮ

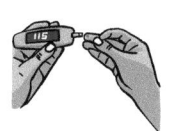

የስኳር በሽታ

ሹኮርያ

ቀዶ ጠጋኝ ሐኪም

ሓኪም መጥባሕቲ

የቀዶ ጥገና ስለት

መጥብሒ

ቀዶ ጥገና

መጥባሕቲ

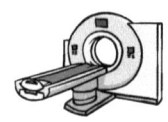

ሲቲ

CT

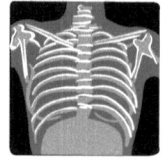

ኤክስሬዮ

ራጂ

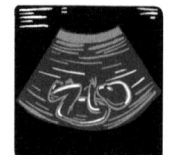

አልትራሳዉንድ

ልዕለ ድምጻዊ

የፊት ጭምብል

መሸፈኒ ገጽ

በሽታ

ሕማም

መጠበቂያ ክፍል

ክፍሊ ምጽባይ

ምርኩዝ

ምርኩስ

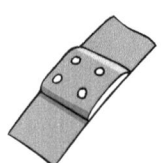

የቁስል ማሸጊያ

መጀነኒ ቑስሊ

ፋሻ

መጀነኒ

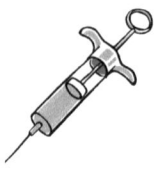

መርፌ

መርፍዕ ምውጋእ

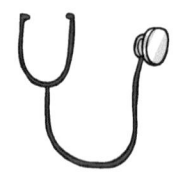

የልብ ምት ማዳመጫ መሳሪያ

ስተቶስኮፕ

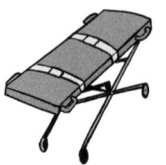

የበሽተኛ አልጋ

መሰከሚ ሕማም

የህክምና ሙቀት መለኪያ መሳሪያ

ቴርሞመተር

መውለድ

ትውልዲ

ከልክ ያለፈ ክብደት

ልዕለ-ሚዛን

ለመስማት የሚረዳ መሳሪያ

ሓገዝ ምስማዕ

ፀረ ተባይ መድሀኒት

ኣንጻሂ

ማመርቀዝ

ልበዳ

ቫይረስ

ቫይረስ

ኤች አይቪ ኤድስ

ኤድስ

ህክምና

ሕክምና

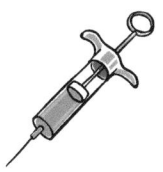

ክትባት

ክታበ

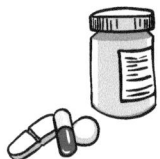

ኪኒን

ከኒና

ኪኒን

ከኒና

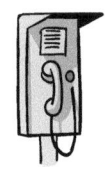

አስቸኳይ የስልክ ጥሪ

ህጹጽ ምድዋል

ደም ግፊት መቆጣጠሪያ

መዕቀኒ ጸቕጢ ደም

ህመም/ ጤንነት

ሕሙም / ጥዑይ

ድንገተኛ

ህጹጽ ኩነት

እርዳታ!

ሓገዝ

ማንቂያ ደዉል

ኣላርም

ጥቃት

ምህጃም

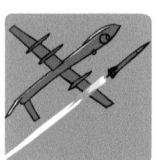

ድብደባ

መጥቃዕቲ

አደጋ

ድንገት

የድንገተኛ መዉጫ

ህጹጽ መውጽኢ

እሳት!

ሓዊ!

እሳት ማጥፊያ

መጥፍኢ ሓዊ

አደጋ

ሓደጋ

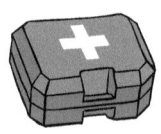

የመጀመሪያ እርዳታ መድሃኒት መያዣ

ሳንጣ ቀዳማይ ረድኤት

ነፍስ አድን

SOS

ፖሊስ

ፖሊስ

አዉሮፓ

ኤውሮጳ

ሰሜን አሜሪካ

ሰሜን ኣመሪካ

ደቡብ አሜሪካ

ደቡብ ኣመሪካ

አፍሪካ

ኣፍሪቃ

እስያ

ኤስያ

አዉስትራሊያ

ኣውስትራልያ

አትላንቲክ

ኣትላንቲክ

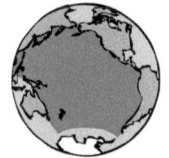

ፓስፊክ

ፓሲፊክ

የህንድ ዉቅያኖስ

ህንዳዊ ዉቕያኖስ

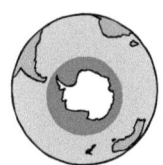

አንታርክቲክ ዉቅያኖስ

ኣንታርቲካዊ ዉቕያኖስ

አርክቲክ ዉቅያኖስ

ኣርክቲካዊ ዉቕያኖስ

ሰሜን ዋልታ

ሰሜናዊ ዋልታ

ደቡብ ዋልታ

ደቡባዊ ዋልታ

አንታርክቲካ

ኣንታርቲካ

ምድር

ምድሪ

መሬት

መሬት

ባህር

ባሕሪ

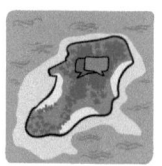

ደሴት

ደሴት

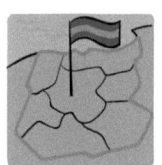

አገርና ህዝብ

ሃገር

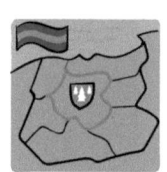

መንግስት

ዓዲ

ሰዓት

የሰዓት ገፅታ

ገጽ ሰዓት

ሰዓት

ኣመልካቲ ሰዓታት

ደቂቃ

ኣመልካቲ ደቓይቕ

ሴኮንድ

ኣመልካቲ ካልኢት

ስንት ሰዓት ነው?

ሰዓት ክንደይ ኣሎ?

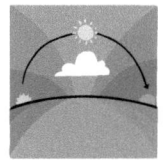

ቀን

መዓልቲ

ጊዜ

ግዜ

አሁን

ሕጂ

የቁጥር ሰዐት

ዲጂታል ሰዓት

ደቂቃ

ደቓቕ

ሰዓታት

ሰዓት

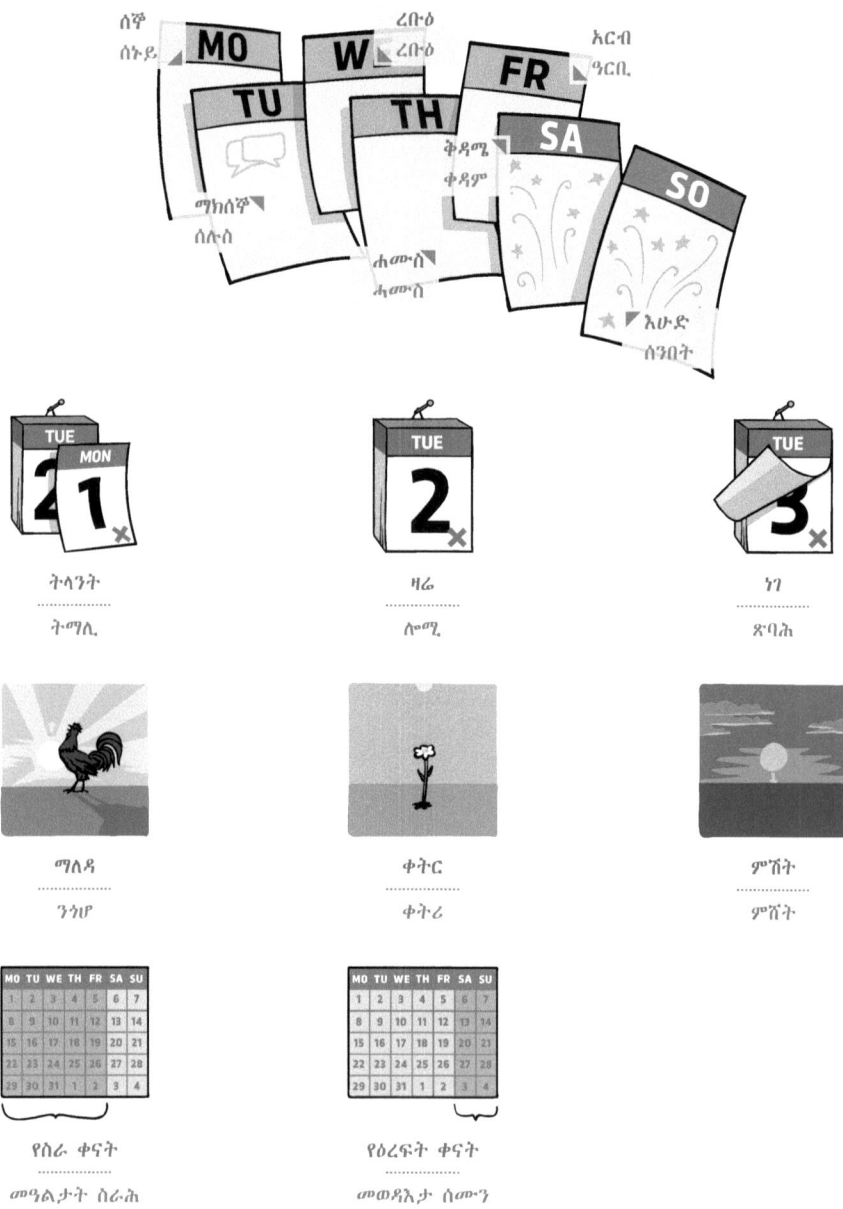

ሳምንት

ሰሙን

ትላንት

ትማሊ

ዛሬ

ሎሚ

ነገ

ጽባሕ

ማለዳ

ንጎሆ

ቀትር

ቀትሪ

ምሽት

ምሸት

የስራ ቀናት

መዓልታት ስራሕ

የዕረፍት ቀናት

መወዳእታ ሰሙን

ዝናብ
ዝናብ
ቀስተ ዳመና
ቀስተ-ደመና
ጥጥ የሚመስል አመዳይ
በረዶ
ፀደይ
ጽድያ
በጋ
ሓጋይ
መኸር
ቀውዒ
ክረምት
ክረምቲ

4.APRIL 11°
5.APRIL 4°
6.APRIL 13°
7.APRIL 8°
8.APRIL 10°

የአየር ሁኔታ ትንበያ

....

ትንቢት ኩነታት ኣየር

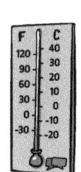

የሙቀት መለኪያ

....

ቴርሞመተር

የፀሀይ ሙቀት

....

ብርሃን ጸሓይ

ደመና

....

ደበና

ጭጋግ

....

ግመ

እርጥበታማነት

....

ጠሊ

መብረቅ
....
ብርቂ

ነጎድጓድ
....
ነጐዳ

አዉሎ ንፋስ
....
ህቦብላ

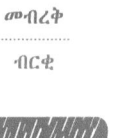

የበረዶ ዝናብ
....
በረድ

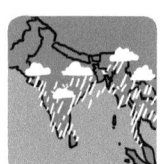

አዉሎ ንፋስ
....
ብርቱዕ ህቦብላ

ጎርፍ
....
ውሕጅ

በረዶ
....
በረድ

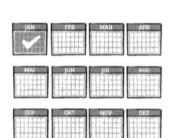

ጥር
....
ጥሪ

የካቲት
....
ለካቲት

መጋቢት
....
መጋቢት

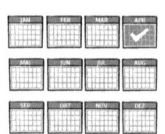

ሚያዚያ
....
ሚያዝያ

ግንቦት
....
ጉንበት

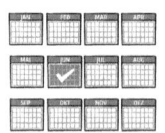

ሰኔ
....
ሰነ

ሐምሌ
....
ሓምለ

ነሀሴ
....
ነሓሰ

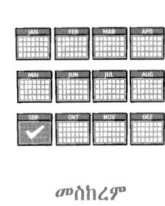

መስከረም

መስከረም

ጥቅምት

ጥቅምቲ

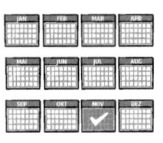

ህዳር

ሕዳር

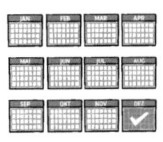

ታህሳስ

ታሕሳስ

ቅርፆች

ቅርጽታት

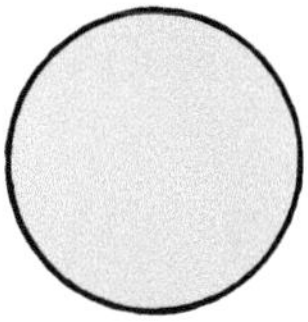

ክብ

ዙርያ

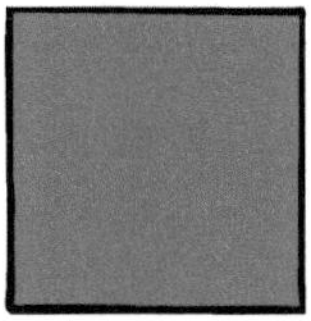

አራት ማዕዘን

ትርብዒት

አራት ቀጥተኛ ማዕዘኖች ጎኖች ያሉት ቅርፅ

ቅኑዕ ርቡዕ ኩርናዕ

ሶስት ማዕዘን

ስሉስ ኩርናዕ

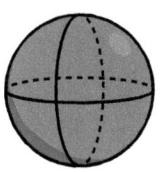

ሉል

ክቢ

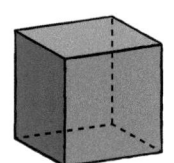

ስድስት ጎን ያለዉ ቅርፅ

ኩቦ

ቅርፆች - ቅርጽታት 83

ቀለማት

ሕብርታት

ነጭ

ጻዕዳ

ቢጫ

ብጫ

ብርቱካናማ

ኣራንሺ

ሮዝ

ፒንክ

ቀይ

ቀይሕ

ወይን ጠጅ

ጁኽ

ሰማያዊ

ሰማያዊ

አረንጓዴ

ቀጠልያ

ቡኒ

ቡናዊ

ግራጫ

ሓሙኽሽታይ

ጥቁር

ጸሊም

ብዙ/ ጥቂት

ብዙሕ / ውሑድ

ንዴት/ እርጋታ

ሕሩቕ / ሰላማዊ

ቆንጆ/ አስቀያሚ

ጽቡቕ / ክፉእ

ጅማሬ/ ፍፃሜ

መጀመርያ / መወዳእታ

ትልቅ/ ትንሽ

ዓቢ / ንእሽቶ

ደማቅ/ ደብዛዛ

ብሩህ / ጸልማት

ወንድም/ እህት

ሓው / ሓፍት

ንፁህ/ ቆሻሻ

ጽሩይ / ርሳሕ

የተሟላ/ ያልተሟላ

ምሉእ / ዘይምሉእ

ቀን/ ምሽት

መዓልቲ / ለይቲ

የሞተ/ ህያዉ

ሙዉት / ህልው

ሰፊ/ ጠባብ

ሰፊሕ / ጸቢብ

የሚበላ/ የማይበላ

ደስ ዘበል / ደስ ዘይብል

ክፉ/ ደግ

እኩይ / ህያዋይ

ደስተኛ/ ድብርተኛ

ርቡጽ / ስልኩይ

ወፍራም/ ቀጭን

ረጊድ / ቀጢን

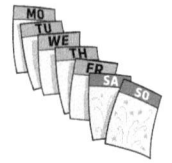

መጀመርያ/ መጨረሻ

ቀዳማይ / ናይ መወዳእታ

ጓደኛ/ ጠላት

ዓርኪ / ጸላኢ

ሙሉ/ ጎዶሎ

ምሉእ / ባዶ

ጠንካራ/ ለስላሳ

ተሪር / ልስሉስ

ከባድ/ ቀላል

ከቢድ / ፈኩስ

ረሃብ/ ጥማት

ጥምየት / ጽምየት

ህመም/ ጤንነት

ሕሙም / ጥዑይ

ህገወጥ/ ህጋዊ

ዘይሕጋዊ / ሕጋዊ

ጎበዝ/ ደደብ

መስተውዓሊ / ስዲ

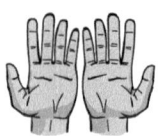

ግራ/ ቀኝ

ጸጋም / የማን

ቅርብ/ ሩቅ

ቐረባ / ርሑቕ

አዲስ/ አሮጌ
....
ሓዲሽ / ብሉይ

ምንም/ የሆነ ነገር
....
ዋላ ሓደ / ገለ

ሽማግሌ/ ወጣት
....
ዓቢ/ኣረጊት / መንእሰይ

የበራ/ የጠፋ
....
ወልዕ / ኣጥፍእ

ክፍት/ ዝግ
....
ክፉት / ዕጹው

ፀጥታ/ ጫጫታ
....
ህዱእ / ዓው

ሃብታም/ ደሃ
....
ሃብታም / ድኻ

ትክክለኛ/ የተሳሳተ
....
ቅኑዕ / ግጉይ

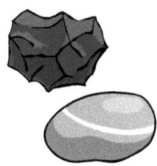

ሻካራ/ ለስላሳ
....
ሓርፋፍ / ልሙጽ

ሐዘን/ ደስታ
....
ጉሁይ / ሕጉስ

አጭር/ ረዥም
....
ሓጺር / ነዊሕ

ዝግተኛ/ ፈጣን
....
ቀስ / ቅልጡፍ

እርጥብ/ ደረቅ
....
ጥሉል / ንቑጽ

ሞቃት/ ቀዝቃዛ
....
ምዉቕ / ዝሑል

ጦርነት/ ሰላም
....
ውግእ / ሰላም

ቁጥሮች

ቁጽርታት

0	ዜሮ	ዜሮ
1	አንድ	ሓደ
2	ሁለት	ክልተ
3	ሶስት	ሰለስተ
4	አራት	ኣርባዕተ
5	አምስት	ሓሙሽተ
6	ስድስት	ሽዱሽተ
7	ሰባት	ሸውዓተ
8	ስምንት	ሸሞንተ
9	ዘጠኝ	ትሽዓተ
10	አስር	ዓሰርተ
11	አስራ አንድ	ዓሰርተ ሓደ

12

አስራ ሁለት

ዓሰርተ ክልተ

13

አስራ ሶስት

ዓሰርተ ሰለስተ

14

አስራ አራት

ዓሰርተ ኣርባዕተ

15

አስራ አምስት

ዓሰርተ ሓሙሽተ

16

አስራ ስድስት

ዓሰርተ ሽዱሽተ

17

አስራ ሰባት

ዓሰርተ ሸውዓተ

18

አስራ ሰስምንት

ዓሰርተ ሸሞንተ

19

አስራ ዘጠኝ

ዓሰርተ ትሽዓተ

20

ሃያ

ዕስራ

100

መቶ

ሚእቲ

1.000

ሽህ

ሽሕ

1.000.000

ሚሊዮን

ሚልዮን

እንግሊዝኛ

እንግሊዝኛ

የአሜሪካ እንግሊዝኛ

ኣመሪካዊ እንግሊዛዊ

የቻይና ማንዳሪን

ቻይናዊ ማንዳሪን

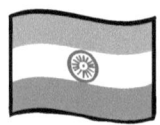

ሂንዱ

ሂንዳዊ

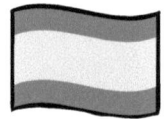

ስፓኒሽ

እስጳኛዊ

ፍሬንች

ፈረንሳዊ

አረብኛ

ዓረባዊ

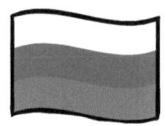

ራሺያኛ

ሩሲያዊ

ፖርቹጊዝ

ፖርቱጋላዊ

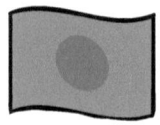

ቤንጋሊ

በንጋሊ

ጀርመን

ጀርመናዊ

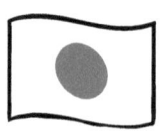

ጃፓንኛ

ጃፓናዊ

ማን/ ምን/ እንዴት

መን / እንታይ / ከመይ

እኔ

ኣነ

አንተ

ንስኻ/ኺ

እሱ/ እርሷ/ እቃዉ

ንሱ / ንሳ / ንሱ

እኛ

ንሕና

አንተ

ንስኻ

እነርሱ

ንሳቶም

ማን?

መን?

ምን?

እንታይ?

እንዴት?

ከመይ?

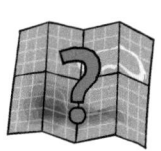

የት?

ኣበይ?

መቼ?

መዓስ?

ስም

ሽም

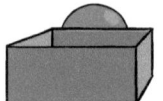

የት

አበይ

በስተጀርባ

ድሕሪ

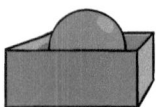

ዉስጥ

ኣብ

ከፊት ለፊት

ኣብ ቅድሚ

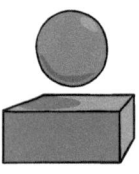

ከላይ

ኣብ ላዕሊ

ላይ

ኣብ ልዕሊ

ከስር

ትሕቲ ምድሪ

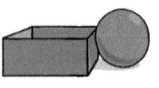

አጠገብ

ኣብ ጥቓ

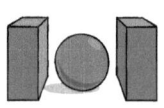

መሃከል

ኣብ መንጎ

ቦታ

ቦታ